நெஞ்சொடு கிளத்தல்

கோகுல் குமார்

aelay
publish

நெஞ்சொடு கிளத்தல்
கவிதை
ஆசிரியர் : கோகுல் குமார் ©
முதல் பதிப்பு : நவம்பர் 2023
ஏலே பதிப்பகம்
5/175, பாத்திமா நகர், கூத்தென்குழி,
திருநெல்வேலி - 627104
தொடர்புக்கு : +91 9944992571

Nenjodu kilaththal
by Gokul kumar ©
First Edition : Nov 2023

ISBN : 978-81-19332-74-8
Mobile - 9629172551
Mail - gk96291@gmail.com
Aelay Publish
Contact : +91 9944992571
Designed by : Aelay publish team

பதிப்புரை

இது எழுத்தாளரின் முதல் கவிதை புத்தகம்..

கவிதையை தாண்டி ஒருதலையாக காதலித்தவன்
காதலிக்கப்பட்டவன்
காதலித்தவனின்
மன ஓட்டங்களை , நினைவுகளை , எழுத்து வடிவில்
கொண்டு வர முயற்சி செய்துள்ளார் ....

தற்போது காதலித்துக் கொண்டிருப்பவர்களுக்கும்,

காதலில் வெற்றி பெற்றவர்களுக்கும்,

காதலில் தோல்வி அடைந்தவர்களுக்கும்

உறுதியாக இப்புத்தகம் மிகவும் பிடிக்கும்.

காதலியை தேவதையாக மாற்றுவதும்
தேவையில்லாதவள் ஆக்குவதும்
அந்தந்த காதலன் கண்ணோட்டத்தில் உள்ளன. அது
மட்டுமல்லாமல் அவளது இல்லாமையால் ஏற்படும்
மனக்குமுறல்களும் நினைவின் சுவடுகளும்
மன இறுக்கத்தினால் ஏற்படும் வலிகளும் கலந்த
கலவையாக எழுத்துக்கள் கவிதை உருவாக்கம் பெற்று
உணர்ச்சி குவியலாய் சில கவிதைகளில் காண முடிகிறது....

சில கவிதைகள் யதார்த்ததன்மையோடும் மனிதனின்
பயத்தினை வெளிக்காட்டும் வகையிலும்
வெளிவந்துள்ளது...

படையல்

தமிழ்க்கடவுள் முருகனுக்கு....

ஐயன் திருவள்ளுவருக்கு....

மகாகவி பாரதிக்கு...

வானம் ,
கடலை கண்ணாடியாக பாவித்து
தனது கூந்தலான மேகங்களை சரி செய்து கொண்டிருக்கும்
வேளையில்
பொட்டு வைக்க
நிலவை தேடிக்
கொண்டிருந்தது.

❖

நெஞ்சோடு கிளத்தல்

தொலைந்து போன பேனாவின் தேடல் மிகக் கடுமையான கலவரத்தை உண்டு பண்ணும்.
எப்போதாவது எழுதத் தோன்றும் பேனாவின் தேடல் சற்று எரிச்சலை உண்டு பண்ணும்.

அலமாரியில் அடுக்கி வைத்த அத்தனை பொருட்களின் இடுக்கிலும் தேடி ஆயிற்று தேடிக் கிடைப்பதில்லை தெரிந்த ஒரு பொருளை.

இந்த தேடல் எப்போது முடியும் என தெரியாது ஒரு கிடைக்க பெறாத பேனாவின் தேடல் இன்னும் எவ்வளவு நேரம் நீண்டு கொண்டிருக்கும்.

ஒரு பேனா தொலைந்ததற்கான காரணங்கள் பெரிதாக எதுவும் இருந்து விடப் போவதில்லை.
வேறு பேனாவை வாங்கலாம் எனினும் தேடலின் கட்டாயத்தை ஏதேதோ உருவாக்கிக் கொண்டிருக்கிறது.

இப்போது தேடப்படும் பேனா ஆயிரம் புத்தகங்கள் எழுதக்கூடிய ஒரு கவிஞரின் கன்னிப் பேனாவாகக் கூட இருக்கலாம்.

தேடலை நிறுத்திய பின்பும் மனதிற்குள் அந்த பேனா வந்து போவது ஒரு கவிஞனின் அர்த்தமற்ற கனவு மட்டுமே.

வேறு பேனா வாங்கிய பிறகும் கூட தொலைந்த பேனாவின் நினைவோடு எழுதத் தொடங்குகிறேன்.

எப்போதாவது வேறுபொருளை தேடும் போது கிடைக்கும் இப்பேனா, எப்போதோ தேடி கிடைக்காத காதல் கடிதம் இப்போது கிடைத்ததை போன்று என்ற நம்பிக்கையுடன்

❖

சொல்லிக் கொள்ளும் அளவிற்கு நமக்குள் சண்டைகளோ மன வருத்தங்களோ குழப்பங்களோ ஏதுமில்லை.

ஆனாலும் மயான அமைதி ஒன்று நமக்குள் குடி கொண்டுள்ளது என கூறுகிறாய்....

களைப்பு மிகுந்த ஒரு நாளில் அவ்வமைதியை உடைத்து பேசினாலும் இந்த அமைதி நிலை கொண்டு தான் இருக்கிறது.

இதிலிருந்து வெளியேற நினைக்கிறேன்.

இறகுகளில் கணம் குறைய இலகுவாகிறது உன் பேச்சால் மட்டுமே...

❖

நெஞ்சோடு கிளத்தல்

மின்சாரமிகுதியினால் வெளிச்சத்தின் நிழலில் இருளை தேடிச் சென்று கொண்டு இருந்தேன்...

ஊருக்கு அப்பால் கட்டப்பட்ட அந்த வீட்டிலுள்ள ஓர் அறை இருட்டாகவே இருந்தது வெளிச்சம் வற்றாதபோதிலும்..

இல்லை யில்லை இருட்டாக்கப்பட்டிருக்கலாம்....

அந்த தனிமையான அறையில் எந்தவொரு சலசலப்பு சப்தமும் கேட்கவில்லை.

அங்கு எவனோ ஒருவன் தற்கொலை செய்து கொள்ளும் சப்தமும் கேட்கவில்லை.

அந்த அறையில் யாரோ ஒருவன் யாரையோ கொலை செய்யும் அலறலும் கேட்கவில்லை.

அங்கு யாரோ இருவர் ரகசியமாக புணரும் சப்தமும் கேட்கவில்லை.

அங்கு யாரோ ஒரு பெண் தனிமையில் அமர்ந்து அழும் சப்தமும் கேட்கவில்லை.

அந்த அறையில் நிசப்தம் மட்டுமே குடி கொண்டிருந்தது ஓய்வெடுக்கும் கோயில் மணியைபோல.
அந்த நிலவின் வெளிச்சம் கூட அந்த அறையின் மீது பட்டதாக தெரியவில்லை சீதையின் மீது படாத ராவணனின் கை போல...

அந்த அறை புரியாத மாய அறையாகவே நிலை கொண்டு இருந்தது காதலிக்கும் பெண்ணைப்போல....

அருகில் சென்று பார்க்க முடியாத அளவுக்கு அந்த அறை பிரம்மிப்பையும் ஒருவித பயத்தையும் உண்டு பண்ணுகிறது.

திரும்பத் திரும்ப பார்த்துக் கொண்டிருக்கிறேன்.

திடீரென மாயமாக மறைகிறது.

உற்று நோக்குகிறேன்.

இருளின் உருவம் எப்போதும் ஒரு விதமான புரியாத கிளர்ச்சியை உண்டு பண்ணுகிறது....
தூரத்தில் ஒரு நத்தை , புத்தன் தலையிலிருந்து கீழிறங்கி ஊர்ந்து செல்லும் சப்தம் மட்டும் "கிரீச் கிரீச்" என காதை கிழிக்கிறது..

❖

நெஞ்சோடு கிளத்தல்

மேகத்திலிருந்து பூமியை நோக்கி விழுந்த முதல்
மழைத்துளியை பூமி உறிஞ்சிக் கொள்வதற்கு முன் என்
கையை நீட்டி பற்றிக் கொண்டேன்....

மழை அதிகமான போது
அவ்வளவையும் பற்றிக்கொள்ள அத்தனை கைகள் எனக்கு
வாய்க்கவில்லை...

இது ஒரு அடத்தியான பரந்த செங்குத்தான மழை....
மழைத்துளிகளுக்கு பெரிதாக கணம் ஒன்றும் இருந்து
விடப்போவதில்லை.....

மழைத்துளிகளுக்கு தனியாக வாசம் ஏதுமில்லை பூமியில்
சேரும் வரை...

விழும் மழைத்துளியின் வேகம் சிறுபுற்களையும்
சேதப்படுத்துவதாக தெரியவில்லை...
ஒரு கட்டத்தில் என்கையில் தேங்கிய மழைத்துளிகளும்
மெதுவாக வழிந்து பூமியை நோக்கி போய்
கொண்டிருந்தது பிரசவித்த தாயின் முலைக்காம்பில்
மிகுதியால் வெளியேறும் தேங்கிய பால் போல....

மழை வெள்ளம் தெருவில் பெருக்கெடுத்து
ஓடுகிறது...உன்னால் நான் விட்ட கண்ணீருக்கு
இணையாக....

❖

கால் கேர்ள்
அவளின் அன்பின் ஆழம் எவ்வளவு....
அவள் கொடுத்த முத்தத்தின் ஈரம் காயும் வரை...

❖

நான்குவரி பேய்க் கவிதை

குடித்துவிட்டு ரோட்டில் விழுந்து கிடந்தவனின்
தலையை ரோட்ரோலர் ஏற்றி விட்டு சென்றது.
குடித்தவன் மறுநாள் எழுந்து நடந்து சென்றான்
அவன் தலை மட்டும் இல்லாமல்.

❖

நெஞ்சோடு கிளத்தல்

காதல் கடிதம்

கடைசிவரை அவள் அனுப்பியதாக சொன்ன காதல்
கடிதம் எனக்கு வந்த சேரவேயில்லை.
நான் அனுப்பிய கடிதமும் உனக்கு கிடைக்க பெற்றதாக
தெரியவில்லை....
கண்ணால் பார்த்து காதல் கொண்ட நமக்கு கடிதங்கள்
முக்கியமாயென்ன?

❖

சிரித்து சிரித்து பேசுவாள்
கோபப்படாமல் அடிப்பாள்.
ஆண் பெண் பாலினம் பாராமல் இடுப்பில் கிள்ளுவாள்.
செல்லமாக கோபித்து கொள்வாள்...
திடீரென மறைந்து விட்டாள்....
எனக்கு எப்படி அழுவதென
கூட தெரியாமல்
ஒத்திகை பார்த்து கொண்டிருக்கிறேன்

❖

அருகில் வராதே....
அதிர்கிறது என் இதயம் என்றேன்.
முறைத்து சிரித்தாள்.
ஐ லவ் யூ என்றேன்.
ஓங்கி மூஞ்சில் ஒரு குத்து விட்டாள்....
ஏதோ ஒன்று வாயின் உட்புறமாக உருண்டையாக சென்று
வயிற்றில் மறைந்தது.
வெளியில் வந்த ரத்தத்தை தெரியாமல் துடைத்து
கொண்டேன்.

❖

நெஞ்சோடு கிளத்தல்

எவ்வளவு நேரம் முத்தமிட்டு கொண்டிருப்பாய்....
என் எச்சில் தீரும் வரை.....
இந்த முத்தம்
யாரோ வந்துவிட்டாலோ
கதவை தட்டினாலோ
மொபைலில் கால் வந்தாலோ
நிகழாமல் போய்விடதானே போகிறது.....
சண்டைக்கு பின் இடும் இம் முத்தம்
சமாதானத்திற்காக சொல்வதுபோல் இல்லாமல் தொடர வேண்டும்...
அதுவே முத்த யுத்தத்திற்கான அடித்தளம்...

❖

அவளும் நானும் நீண்ட நாட்களுக்கு பிறகு சந்தித்தோம்....
அவள் மஷ்ரூம் ரைஸ் ஆர்டர் செய்தாள்.
எனக்கு பிடித்தமான உணவது.
உணவு வந்த பிறகு எனக்கே கொடுத்து விட்டாள்
முழுவதையும்.
உனக்கு என்றேன்.
அந்த லிப்டில் ஒரு கட்டியணைப்பு போதும் என்றாள்.
சாப்பிட்டு பிறகு லிப்டில் இறங்கினோம்.
அணைத்துக் கொண்டாள்.

அந்த கதகதப்பை உணர தெர்மோ மீட்டர்கள்
தேவையில்லை.
கதகதப்பின் வெப்பத்தை குறைக்க மட்டும்
ரெகுலேட்டர்கள் தேவைப்பட்டது..

❖

நெஞ்சோடு கிளத்தல்

அவள் நடந்து செல்லும் சாலையில் மரங்கள் பூத்து சிரித்து கொண்டிருந்தன....

அவளுக்கு தெரியாது அந்த மரங்கள் எரி சாராயத்தால்
வளர்க்கப்பட்ட மரங்களென்று....
அவள் செல்ல விலையுயர்ந்த வாடகைக்கு
கார்கள் வந்து நின்றன.
அவளுக்கு தெரியாது வாடகைக் கார்களில்
கற்பழிப்பு நடக்கிறதென்று.

அவள் இறங்கியதும் பல ஆண்கள் பார்த்து சிரித்தனர்..
அவளுக்கு தெரியாது அவர்கள் அனைவரும் காமவன்மம்
பிடித்தவர்களென்று.

அவள் வீட்டின் வாட்ச்மேன் தாத்தா கூட அவளுக்கு
சல்யூட் செய்கிறான்..

அவளுக்கு தெரியாது அத கூட நீ கொடுக்கும் பத்து
இருபது நோட்டுகளுக்காகவென.

எதுவுமே தெரியாமல் குழந்தையைபோல் பழகும்
உன்னிடம் எப்படி சொல்வது என் காதலை.

வீட்டு மீன் தொட்டியில் சுறா வளர்க்க ஆசைபடுவதை
போல

❖

அன்றொருநாள் அவளும் நானும் பௌர்ணமி இரவில்
யதேச்சையாக சந்தித்தோம்.
அந்த ஓட்டலின் கடைசி அடுக்ககத்தின் மேல் நின்று
பேசிக் கொண்டிருந்தோம்....

முழு நிலவின் வெளிச்சம்..
குளிர்ந்த காற்று...
வாய் ஊமையானது.
உதடுகள் பேசின....
கண் திறந்தால் நிலவை காணவில்லை.....

அந்த அடுக்ககத்தின் கார் பார்க்கிங்கில் தளர்ந்து போய்
பெரு மூச்சுடன் அமர்ந்திருந்தது அந்த பௌர்ணமி நிலா....

❖

நெஞ்சோடு கிளத்தல்

உன்னை பிரிந்து இரண்டு வருடங்கள் ஆகிறது.....
ஒரு கல்யாண நிகழ்வில்,
எங்கோ......
ஒரு மூலையில்......
தொலைவில்....
யாரையோ....
உன் பேர் சொல்லி அழைத்தார்கள்....

நான் சடாரென்று திரும்பவில்லை.....
என் இதயம் மட்டும் அதிர்ந்து கொண்டே இருக்கிறது....

❖

டிஷ்யூ பேப்பரின் மனநிலை....

நீ என்னை துடைத்து தூக்கியெரிவாய் என
தெரிந்திருந்திருந்தால் காதல் கொண்டு இருக்க
மாட்டேன்....

❖

109 டிகிரி மழை காய்ந்ததாக பதிவாகவில்லை.

*10*செமீ வெயில் பெய்ததாகவும் பதிவாகவில்லை.

ஆனால் ஏனோ இந்த காதலிகள் மட்டும் உன் அம்மா
போல உன்னை பார்த்துப்பேன் என பொய்யாக சொல்லித்
திரிகிறார்கள்...

❖

நெஞ்சோடு கிளத்தல்

நாலு கொம்பு
ஒரு தகர கொட்டகை
பயணியர் நிழற்கொடை
மதிப்பீடு பத்து லட்சம்.....
தூக்கமிழந்த வாட்சப் சேட்டிங்கள்....
கணக்கிலடங்கா பிக் அப் அண்ட் ட்ராப்கள்....
எண்ணற்ற மூவிகள்
என் காதலின் மதீப்பிடு வெறும் 10 முத்தங்கள்....

❖

தூக்கமிழந்து செய்யும் வாட்சப் சேட்டிங்குகள்.....
தேவையில்லாத கைப்பேசி அழைப்புகள்....
மிதமிஞ்சிய பேராசைகள்....
உடலை பாதிக்கும் கெட்ட பழக்கங்கள்.....
இவை போதாதா என் வாழ்வை சீரழிக்க.....
நீ வேறு இன்று என்னிடம் வந்து காதலை
சொல்கிறாயே.....

❖

நெஞ்சோடு கிளத்தல்

இரவு *3.00* மணி வரை பேசிக் கொண்டு இருந்தோம்......
4.00 மணி வரை சேட் செய்து கொண்டு இருந்தோம்....
தூங்கலாம் என முடிவு செய்து குட்நைட் சொல்லிக்
கொண்டோம்.

4.01 க்கு மிஸ் யூ என அனுப்புகிறாள்...

❖

உனை காதலித்தேன்....

எனக்கு எல்லாரும் இருப்பதை போல உணர்ந்தேன்....

எனை விட்டு போய்விட்டாய்...
எல்லாரும் இருந்தும் யாரும் இல்ல◌ாததுபோல்
உணர்கிறேன்..

❖

எவ்வளவு கண்ணீர் விடுகின்றோமே அவ்வளவு
ஆழமானது காதல்....

எவ்வளவு காதல் வைக்கிறோமோ அவ்வளவு சிந்த
வேண்டும் கண்ணீர்....

நீ காதலிக்க நினைக்கும் போதே
கண்ணீரின் ஊற்று உன்னுள் சுரந்து கொள்ள
தயாராகிவிடும்.

❖

எரியும் விளக்கை அணைக்க அவள் உதட்டை குவித்து
ஊதினாள்....

முத்தம் தான் கொடுக்கிறாள் என ஏமாந்து மாண்டே
போனது திரிவிளக்கு....

❖

தெருவோரம் நின்று கையசைக்கும் விபச்சாரி ஒருத்தி ,
அன்று *VSOP* குடித்துவிட்டு மட்டையானாள்
நடுத்தெருவில்.....
அவள் கனவில் ஆண்களெல்லாம் டார்ச் லைட்டுடன்
விபச்சாரன்களாக....

❖

நீண்ட நாட்களாக
அலமாரியில்
படிக்காமல்
வைத்திருக்கும்
புத்தகங்கள்
கன்னி கழியாமலே சாகின்றன......

என் வீட்டின் கரையான்களால்....

❖

நெஞ்சோடு கிளத்தல்

முன்னால் காதலிகளுக்கான காத்திருப்புகள்
காணாமல் போனவர்கள்
பட்டியலை வெளியிட்ட நான்,
அவர்களை கண்டும்
காணாமல் போகிற
கண்ணில்லாமல்,
குழி தோண்டிய மண்ணை குழிக்கு
அருகிலேயே வைத்திருப்பதை போல சரியாமல்
அங்கேயே நிற்கிறேன்.....

மழை வந்தால் சரியலாமென....

❖

ஏற்றியவுடன் அணைத்துவிடும்
பிறந்த நாளின் மெழுகுவர்த்தியாய்

உன் வாழ்வில் நான்....

❖

என்னதான் செய்கிறாய் இவ்வளவு நேரமாய் உன்
அறையை பூட்டிக்கொண்டு ??

சத்தமேதும் கேட்கவில்லையே......

சுவரின் செவிட்டு காதில் என் காதலை சொல்லிக்
கொண்டிருந்தேன்....

அதை கேட்டுக் கொண்டிருந்த பல்லி மட்டும் உச் உச் என
ஆமோதித்தது

❖

நெஞ்சோடு கிளத்தல்

நீண்ட நாட்களாக திறக்காத அறையின் வாசம்
நீண்ட நாட்களாக திறக்காத புத்தகத்தின் நெடி
நீண்ட நாட்களாக உடுத்தாத ஆடையின் ஈரம்
நீண்ட நாட்களாக பேசாத குழந்தையின் குரல்
நீண்ட நாட்களாக பூக்காத பூச்செடி
நீண்ட நாட்களாக பார்க்காத முன்னாள் காதலியின் முகம்
நீண்ட நாட்களாக
சுவாசிக்காமலும்,
நுகராமலும்,
உணராமலும்,
பேசாமலும்,
கேட்காமலும்,
பார்க்காமலும்,
இருப்பதென்பது
உயிரற்ற உடலின்

உள்ளத்தில்
ஏணி போட்டமர்ந்த
உணர்ச்சி குவியலாய்
என் உணர்வுகளின்
பதற்றத்தையும்
நடுக்கத்தையும்

கொண்டாடிட
வலுவற்ற
இதயத்தில் சிக்கிய
சிலந்தியாய் நான்....

❖

இரண்டு நாட்களாக கொசு கடிக்க வரவில்லை
காரணம் கேட்டால் மாதவிடாய் என்கிறது....

❖

நான் இறந்து
இரண்டு நாட்கள்
ஆகிறது....
எங்கள் தெருவில்
உள்ள பழைய ஆலமரத்தின்
ஒரு இலை மட்டும்
கீழே விழுந்து
பழுத்து
சருகாகி
காய்ந்து
மண்ணில் மக்கி
காணாமல் போனது எப்போதும் போல.....

❖

நெஞ்சோடு கிளத்தல்

ஒரு மனித மனதினை புரிந்து கொள்வதென்பது
ஒரு பெண்ணின் மனதினை புரிந்து கொள்வதற்கு சமம்....

தனக்கு சாதகமான ஒன்றை பொறுத்தே
இலகுவாகுவதும்
கடினமாகுவதும்....

சரியானதை விட
சாதகமானதையே தேர்ந்தெடுக்கும் சல்லித்தனமான
மனதை பூட்டுவதற்கு பூட்டுகள்
கிடைக்கவேயில்லை இவ்வுலகில்....

❖

இங்கு எவனுக்கும் எவனையும் எதையும்
பிடிக்கவில்லை....

விந்தையான இவ்வுலகில் பிடிப்பதற்கு எல்லாமிருந்தும்
ஏது மற்றவனாக இருக்கையில்

எல்லாமிருந்தும்
பிடிப்பதற்கு
ஏதும் இல்லாததால் பிடிக்காமல் இருக்கிறது
அவனுக்கு பிடித்தாலும்
பிடிக்காமலிருப்பவர்களுக்காக....

❖

நெஞ்சோடு கிளத்தல்

வானத்தை அண்ணாந்து பார்த்துக் கொண்டிருந்தோம்
அமாவாசையன்று......

நட்சத்திரங்கள் கூட மறைந்திருந்தருந்தன...

முழு நிலவும் தெரிந்தது அங்கிருந்த குருட்டு
பிச்சைக்காரனுக்கு மட்டும்....

❖

வெண்மேகங்கள் கோவித்துக் கொண்டன....

கருமேகங்களை மட்டும் எடுத்து நீ கண்மையாக இட்டுக்
கொண்டதால்......

❖

நீ வீட்டில் இல்லை...
வெறிச்சோடிக் கிடக்கிறது மனம் என பொய்
சொல்லமாட்டேன்....
புத்தகம் படிப்பேன்
கதை எழுதுவேன்
பழைய காதலிக்கு போன் செய்வேன்
துணிகளை ஒழுங்ககாக மடித்து வைப்பேன்
கட்டிலில் கால் விரித்து ஒய்யாரமாக தூங்குவேன்

இருந்தும்....

நீ எனக்காக போட்டுவைத்து சென்ற டீயில் ஈ விழுந்து
தள்ளாடிக் கொண்டிருந்தது...

என் மனதை போல....

❖

நெஞ்சோடு கிளத்தல்

ஏ இரண்டாம் காதலியே எங்கு இருக்கிறாய் ?
இவள் இல்லாமல் வாழ்வது கடினமான இருக்கிறது...
நீ சீக்கிரம் வந்து விடு...

❖

உனை அடையவே முடியாதபோது உனை இன்னும்
ஆழமாகவே காதலிக்க தோன்றியது....

உனை காதலிக்கவே முடியாதபோது உனை அதிகமாக
பார்க்கவே தோன்றியது

உனை பார்க்கவே முடியாதபோது உன்னுடன்
தொடர்ந்து பேசவே தோன்றியது

உன்னுடன் பேசவே முடியாதபோது உனை எந்நேரமும்
நினைக்கவே தோன்றியது

உன்னை நினைக்கவே முடியாதபோது என் உயிர் மட்டும்
என்னிடம் இல்லாமல் போனது.....

❖

இத்தனை பெண்கள் மீது தொடர்ச்சியாக காதல்
கொள்ளும் எனக்கு சலிக்கவேயில்லை இந்த காதல்.....

இந்த காதல்களில் வெறும் அன்பை மட்டுமே
காண்கிறேன்....

இந்த காதல்களில் வெறும் ஏக்கத்தை மட்டுமே
காண்கிறேன்....

இந்த காதல்களில் வெறும் பற்றுதலை மட்டுமே
காண்கிறேன்....

இந்த காதல்களில் வெறும் அக்கறையை மட்டுமே
காண்கிறேன்....

இருந்தும் ஒவ்வொரு காதலும் கண்ணீருடன் உதிர்ந்து
கொண்டேதான் இருக்கின்றது....

கடைசிக் காதல் இதுதான் என முடிவு செய்ய
இயலாதவாறு நீண்டு கொண்டே இருக்கின்றது....
உதிர்ந்த ஒரு காதலியாவது மறுபடியும் காதலிக்க வருவாள்
என்பதில் மட்டும் சந்ததேகமேயில்லை....

இருப்பினும் கண்ணாடியை தொலைத்த குருடனாக
இன்னொருத்தியை தேடிக் கொண்டே யிருக்கிறது மனம்....

❖

நெஞ்சோடு கிளத்தல்

அவள் மகிழ்ச்சியாக இருந்தபோது என்னுடன் இருக்க
ஆசைபட்டேன்....
நான் துக்கமாக இருக்கும்போது அவள் உள்ளங்கையை
இறுக அணைத்து கொள்கிறேன்...

வேறெதும் பெருசாக தேவைப்படுவதில்லை....

அவள் உள்ளங்கை சூடு போதும் என் துக்கத்தை மறக்க.....

❖

வருகிறார்கள்.....
பழகுகிறார்கள்.....
நட்பாகிறார்கள்.....
காதலிக்கிறார்கள்.....
ஊடல் கொள்கிறார்கள்......
பிறகு ஒரு நாள்
எந்தவொரு முன்னறிவிப்புமின்றி
சென்றுவிடுகிறார்கள்.....

❖

நெஞ்சோடு கிளத்தல்

காதலிக்க தெரியாத ஒருவன் நடந்து சென்று
கொண்டிருந்தான்....
தெரு முனையில் ஒரு பதின்பருவ பெண்ணொருத்தி
அவனை காதலிப்பதாக கூறினாள்....

அப்படியென்றால் என்னவென்று கூட தெரியாத அவன்
பஞ்சை விட இலகுவான பார்வையை அவள் மீது
வீசிவிட்டுச் சென்றான்....

ஒருவனுக்கு காதல் மலரவோ
காதல் பற்றிய புரிதல் வரவோ
காதலின் ஆழத்தை உணரவோ
காதலின் வலியை அறியவோ
காதல் வந்தால்தான் என்பதில்லை....
காதலை உதாசினப் படுத்திக் கொண்டிருந்த அவன்,

ஓரமாக நின்று கொண்டிருந்த யாரும் ஏறி பயணம் செய்ய
விரும்பாத சவ ஊர்தியில் ஏறி பயணிக்க ஆரம்பித்தான்....
காதலிப்பதற்கும் சவ ஊர்தியில் பயண செய்வதற்கும்
வேறுபாடு இல்லையோ?....
ஆனால் கடைசிவரை இறங்கவேயில்லை அவன் சவ
ஊர்தியிலிருந்து....
சவ ஊர்தியும் போய் சேரவேயில்லை சுடுகாட்டிற்கும்.....

இப்படியாகவே தொடர்ந்து கொண்டிருந்தது அவனுக்கும்
காதலுக்குமான காதல்....

❖

பல எதிர்ப்புகளுக்கிடையே காதலித்த பெண்ணை கரம் பிடிக்க வேண்டுமென கடவுளிடம் மனமுருகி சத்தமாக பிரார்த்திக் கொண்டிருந்தேன்......

பூசாரி வெறிக்க பார்த்தார்....
கும்பிட வந்தவர்கள் குறுகுறுவென பார்த்தார்கள்....
கோயில் தூய்மையாளர் ஏளனமாக பார்த்தார்....
வெளியிலிருந்த பிச்சைக்காரனும் எட்டிப் பார்த்தார்....
ஆனால் நீண்டநேரமாகியும் கடவுள் மட்டும் பார்க்கவே யில்லை....

காதலித்தால் கை கூடாது என்பதற்காகவா அல்லது அவரால் பார்க்க இயலாது என்பதற்காகவா என கடைசிவரை புரியவே யில்லை.

❖

நெஞ்சோடு கிளத்தல்

கருப்பாக இருக்கிறேன் என என்னை நிராகரித்தவளுக்கு
எப்படி புரிய வைப்பேன் இருளில் தான் நட்சத்திரம்
தெரியுமென....

❖

சோகம் ததும்பும் வேளையில்
இரவு கூட வெளிச்சமாயிருக்கிறது....
காற்று கூட கனக்கிறது....
தனிமை எனை பார்த்து சிரிக்கிறது....
நட்சத்திரங்கள் கூட மேகத்தில் ஒளிந்து கொள்கின்றன....
மரங்கள் கூட அசையாமல் நிற்கின்றன....
இவையனைத்தையும் உன் உள்ளங்கை சூட்டினால் மீட்சி
பெறுகின்றன....

❖

வாழ்க்கையை மாற்ற வருபவர்கள்,
வந்தது வாழ்க்கையை மாற்றதான் என நம்பி,
சிலசமயம் வந்தது ஏனென மறந்து,
வாழ்க்கைக்கேற்ப தங்களை மாற்றிக் கொள்கிறார்களே
தவிர ஒருபோதும் வாழ்க்கையை மாற்றுவதில்லை....

மாற்றவும் முடிவதில்லை....

❖

ஒரு இலை மரத்திலிருந்து விழுவதற்கு காரணம் பெரிதாக இருந்தவிடப்போவதில்லை.....

பழுத்தால் உதிரத்தான் செய்யும்....

ஒரு மனிதன் இறக்க மட்டும் பல்லாயிர கணக்கான காரணங்கள் எங்கிருந்தோ முளைக்கின்றன ஏதுமற்ற அனாதை காரணிகளால்...

❖

நெஞ்சோடு கிளத்தல்

அதே பழைய வாடகை வீடு....
அதே பழைய திண்ணை
அதே பழைய கட்டில்
அதே பழைய ரேடியோ பெட்டி
நாட்கள் மட்டும் புதிதாய்....
இதுமட்டும் போதவில்லை வாழ்வை நகர்த்த....

உன் நினைவுகளின் ஒரு பிசிறு போதும்

❖

சிறகொடிந்ததால்,

பறவைக்கும் வானத்திற்குமிடையே இருந்த காதல்
தோல்வியுற்றது.....
மழை பெய்ததால்,
மேகத்திற்கும் மழைத்துளிக்குமிடையே இருந்த காதல்
தோல்வியுற்றது.
ஆனால் மழைத்துளிக்கும் மண்ணிற்கும்....
பறவைக்கும் பூமிக்கும் மலர்ந்தது இரண்டாம் காதல்....
உனக்கும் எனக்குமான காதல் மட்டும் ஏன் உருவாவதற்கு
முன்பே தோல்வியுற்றது????

❖

இவர்கள் நமக்கானவர்கள் என நினைத்து பழகுகிறோம்....
உறவாடுகிறோம்....
நேசிக்கிறோம்....
ஒரு கட்டத்தில் நமக்கானவர்கள் நமக்காக இல்லாமல்
இருந்தாலும் பரவாயில்லை...

நமக்காக அவர்கள் இதுவரை இருந்ததே யில்லை என
உணரும் போதுதான் காற்றில்லா பலூனாகிவிடுகிறேன்....

❖

காலையில் எழுந்த உடன் முத்தம் கொடுத்து என் தேநீர் செலவை மிச்ச படுத்திவிட்டாள்.....

❖

அலமாரியில் வைத்திருந்த மாவு பொம்மையை
எடுக்கையில் கைதவறி விழுந்த உடைந்தது அப்போதும்
சிரித்துக்கொண்டே.....

❖

ஒருமுறை சொல்லி விடு
ஒருமுறையாவது சொல்லி விடு
ஒருமுறையேனும் சொல்லி விடு
கேட்டுவிட்டாவது செத்துப் போவேன்
இந்த கண்றாவி காதலை..

❖

ஓயாமல் ஓடிக் கொண்டிருக்கிறேன்....
ஓடிக்களைத்து உட்காருகையில் உன் முகம் வந்து செல்கிறது
தாகத்திற்கு தண்ணீர் தேவையில்லாமல் போனது.

❖

காதலிக்கவே தெரியாத என்னிடம் காதலை சொல்கிறார்கள்....
காதலிக்க தெரிந்த அவளிடம் யாரும் காதலை சொன்னதாக தெரியவில்லை....
ஒரு பிரிவின் வலி தெரிந்த யாரும் காதலிக்க எத்தனிக்க மாட்டார்கள் என்பது எவ்வளவு நிதர்சனம்.....

❖

ஏன் இவ்வளவு அழுகை
ஏன் இவ்வளவு சத்தியங்கள்
ஏன் இவ்வளவு அழுத்தங்கள்
ஏன் இவ்வளவு நம்பிக்கையின்மை
ஏன் இவ்வளவு சந்தேகங்கள்

போதும் இந்த காதல் சித்ரவதைகள்....

முடித்துக் கொள்ளலாமென முடிவெடுத்து நிற்கையில்
இதயத்தின்
ஓர் மூலையில்
இடியுடன் மழை பெய்து
மீண்டும் ஒரு காளான் போல் பூத்துக்கொண்டிருக்கிறது
இந்தக் காதல்....

❖

ஹைக்கூ போன்ற இரண்டே வரியில் நீ அனுப்பிய
மெசேஜ்களை
பெரிய நாவல் போல திரும்ப திரும்ப படித்துக்
கொண்டிருக்கிறேன்....

❖

நாம் இருவரும் இன்ஸ்டாகிராமில் நட்பானோம்....
நேசித்தோம்....
காதலித்தோம்....

உடல்களை பரிமாரிக்கொண்டோம்....
திருமண செய்த கொள்ள முடிவெடுத்தோம்...
பிறகு ஒருமாத காலமாக நீ என்னுடன் பேசுவதில்லை
சரியாக....

சந்திக்க வர சொன்னேன் பரிட்சையமான அந்த
மரத்தடியில்....

எப்போதும் போல தாமதமாக வந்த நீ ,
இது சரி வராது ,
பிரிந்து விடலாம் என பல காரணங்களை அடுக்கிக்
கொண்டிருந்தாய் காரணமேயில்லாமல்....

ஒன்றும் புரியாதவனாய்
நின்றிருந்த நான்
அந்த மரத்தின் இலைகளை பார்த்தேன் ...
இலைகள் ஒவ்வொன்றாக உதிர தொடங்கியது....
அன்று எப்போதும் போலில்லாமல் சீக்கிரமே
சென்றுவிட்டாய்....

நீ சென்ற பிறகு அந்த மரத்தின் கடைசி இலை மட்டும்
விழலாமா வேண்டாமா என ஊசாலாடிக் கொண்டிருந்தது
என் உயிரைப்போல....

❖

நெஞ்சோடு கிளத்தல்

ஏன் இறந்த பிறகு ஒருவரை நாம் கவனித்துக் கொள்வதே யில்லை.....
அவருடன் பேசுவதே இல்லை....
அவருக்கு உணவு கொடுப்பதில்லை..
அவரை மருத்துவனைக்கு அழைத்து செல்வதில்லை....
இப்படி சொன்னால் பைத்தியக்காரன் என்பீர்கள்....
பிறகு எப்படி என் கனவில் வந்த முன்னாள் காதலி இருமிக்கொண்டும் ,
வயிறு ஒட்டி இளைத்தும் போயிருக்கிறார்....

ஆம்..இறந்த பிறகு ஒருவரை நாம் கண்டு கொள்வதே யில்லை.....

❖

அவள் தூங்கும் முன் கொடுக்கும் எமோஜி முத்தங்கள்
நார்மல் முத்தத்தை விட சூடாக இருக்கிறது.....

❖

ஆடி மாதம்....
ஊர்த்திருவிழா மூன்று நாட்கள்....
எப்போதோ பார்த்த சொந்தக்காரர்கள்....
எப்போதும் சிங்கிளாகவே இருக்கும் தெருமுனை
பிள்ளையார்....

தெருவெங்கும் வேப்பிலை தோரணங்கள்....
கூழ் ஊற்றல்கள்....
வீடெங்கும் சீரியல் லைட்டுகள்....
வண்ண வண்ண கோலங்கள்....
சிலபல கோழி ,ஆடு வெட்டுக்கள்....
வண்ணான் குடிசை வீட்டில் மட்டும் இந்த மூன்று
நாட்கள் குண்டு பல்பு பிரகாசமாக எரிகிறது....

ஏனோ கோயிலுக்கு பின்னாடியே மிக அருகிலேயே
இருக்கும் இருளர் வீட்டு குடிசையில் மட்டும
கடைசிவரை எந்த விளக்கும் எரியவேயில்லை....

❖

வந்தார்கள்
பேசினார்கள்
நட்பானார்கள்
காதலித்தார்கள்
.
.
.
.
.
அவசர வேலையென சென்றவர்கள் திரும்பவே யில்லை..

எந்த தொடர்பும் இல்லை இதுவரை....

கர்த்தரே இவர்களை மட்டும் ரட்சிக்காதீர்கள்.....

❖

நீ கண் சிமிட்டுவதை கொஞ்சம் நிறுத்திக் கொள்....
பகல் இரவு நொடிக்கு நொடி நிகழ்ந்து
கொண்டிருக்கிறது...

❖

நாளை சாக போவது தெரிந்தும் பூக்களுக்கு தண்ணீர்
தெளித்து தெளித்து ஊயிரூட்டிக் கொண்டே இருக்கிறாள்
பூக்காரி....

❖

நீ ஏன் இப்படி
தேம்பி தேம்பி
அழுது கொண்டு இருக்கிறாய்......

பட்டாம்பூச்சிகள் அழுது நான் பார்த்ததே இல்லை...

❖

நான் நானாக இருப்பதற்கு
எவ்வளவு
ஒத்திகை
தேவைப்படுகிறது?

நான் நானாக
இருப்பதை விட
அவர்களுக்காக
அவர்களைப்போல்
இருப்பதின்
நான் தான்
நானாக இல்லாமல்
இருப்பதால்
ஒத்திகை செய்து
கொண்டு
நானாக இருக்க
முடிகிறது..

❖

நெஞ்சோடு கிளத்தல்

ஒடுக்கப்படுதல்
நிராகரிக்கப்படுதல்
ஒதுக்கப்படுதல்
கண்டுகொள்ளாமை
பேசாமலிருத்தல்

இவையெல்லாம் ஏற்கனவே அனுபவித்து விட்டேன்....

உன்னிடம் இருந்து இதெல்லாம் நடக்கும்போது தான்
பெரும் வலியை தருகிறது

❖

பாட்டி இறந்துவிட்டாள்....
அழுது அடைக்கலம் செய்து விட்டு
மறுநாள் ஊர்த்திருவிழாவில்
கலந்து கொண்டோம்
நெருடலே இல்லாமல்....
பயமாய் இருக்கிறது
யாரை நம்பி சாவது????

❖

காற்றின் அடியை தாங்க முடியாமல் கிரீச் கிரீச் என
சத்தமிடுகிறது சாளரக் கதவுகள்....

❖

நீல நிற அலையடிக்கிறது இங்க் பேனாக்குள்....

சுனாமி வந்தால் மட்டும் பாக்கெட் நனைந்து விடுகிறது....

❖

முலைகளே இல்லை பால் மட்டும் கசிந்து கொண்டு
இருக்கிறது....
பைன் மரம்

❖

மேகங்களுக்கு பின்னால் ஒளிந்து ஐஸ்பாய்
விளையாடுகிறது நிலா....

❖

நெஞ்சோடு கிளத்தல்

உனை அவ்வளவு காதலித்தேன்...
அவ்வளவு நேசித்தேன்..
அவ்வளவு உயிர்த்தேன்..
அவ்வளவு கொண்டாடினேன்..
அவ்வளவு அக்கறை கொண்டேன்...
இவ்வளவு இருந்தும் ஒரே முடிவாய் சொல்லிவிட்டாய்
முடியாதென்று....

ஏமாந்துதான் போனேன்....

பால் வற்றிய வெற்று முலையை சப்பிக் கொண்டிருக்கும்
குழந்தையைப் போல....

❖

உனை அடைவதற்கும்
உனை அடைந்ததற்கும்
இடைப்பட்ட காலத்தில் தான்
அந்த அற்புதம் நிகழ்ந்தது....

❖

என்னால் ஆழமாக நேசிக்கப்பட்டு என்னால்
உருவாக்கப்பட்ட என் காதலே எனக்கு பெரிய எமன்
என்பது தான் ஏமாற்றம்

❖

எனக்கு யாரும் வலியை தராதீர்கள்....
நான் காதல் செய்ய தயாராக இல்லை....
ஏனென்றால் நான் அவளை காதலித்துக்
கொண்டிருக்கிறேன் வலியுடன்....

❖

எப்படியாவது வாழ்க்கையில் ஜெயித்தே தீர வேண்டும்
என நினைத்து எல்லா கதவுகளையும் திறந்தால் வழி
நெடுக முறக்களும் கறக்களும்....
வாழ்க்கை ஜெயிப்பதற்கல்ல.....
வாழ்வதற்கு......

❖

இருட்டு அறையின்
ஒரு மூலையில் மங்கலாக எரியும் குறைந்த மின்சக்தி
உள்ள ஜீரோ வாட்ஸ் குண்டு பல்பில் கூட அவள் முகம்
தெரிகிறது....

❖

போடா மயிறே என ஒரு போதும் சொல்வதில்லை
சொட்டைத்தலை ஆசாமிகள்....

❖

ஒருமுறை உபயோகித்த பிறகு தூக்கி எரியப்படுகின்றன
முகச்சவரம் செய்யப்பட்ட பிளேடுகள்....

❖

அவளை பிரிந்து பல வருடங்கள் ஆகிறது....
ஆனால் அவள் எங்கோ எனை நினைத்து அழும் சப்தம்
மட்டும் என் காதில் ஓங்கி கேட்டுக் கொண்டே
யிருக்கிறது.... நரகத்துக்கு தான் நீ செல்வாய் என்றார்கள்.....
நான் ஏற்கனவே அவள் தொல்லையால் நரகத்தில் தான்
இருக்கிறேன் என்றேன்.

❖

இருண்ட இரவு மெதுவாக சப்த மில்லாமல் நகர்கிறது
என் இதயத்தில் உள்ள ஆறாத வலியைப்போல....
அந்த நிலவு நகர்வது மட்டும் எனக்கு சப்தமாக கேட்கிறது
அவளது நினைவை போல....

❖

நெஞ்சோடு கிளத்தல்

பிளாட்பாரம் ஓரமாய் ஓட்டை ஓடிசலான தார்பாய் வீடு
கொஞ்சமாக சொட்டும் மழை தண்ணீர்
மிதமான குளிர்ந்த காற்று
பிடித்தும் பிடிக்காமலும் பாதி தின்று போட்ட இட்லி

ஓரமாய் குளிருக்கு அடக்கமாய் ஒடிந்து படுத்திருக்கும்
நாய்க்குட்டி
அவன் மட்டும் ,

எவ்வளவு
எழுப்பினாலும்

எந்திரிக்க இயலாத அளவுக்கு
ஆழ்ந்து தூங்கிக்
கொண்டு இருக்கிறான்
நிம்மதியாக.....

அவ்வழியே செல்லும்
பணக்காரி ஒருத்தி
ஏசி காரில்
ஏதோ ஒரு நினைவுடன்
மேல்நோக்கி பார்த்த கண்ணோடு
தூக்கமே இல்லாமல்
வேகமாய் சென்று கொண்டு இருக்கிறாள்
தன் பக்கத்தில் படுத்திருக்கும்
நாயின் விதைகொட்டைகளை வருடிக்கொண்டே.....

❖

தூக்கிலிடப் போகும் குற்றவாளியின் கடைசி ஆசை
என்னவாக இருக்கக்கூடும்

வாழ்வதை தவிர.....

❖

எனக்கு பெரிதாய் ஒன்றும் ஆசை இல்லை....
நான் வாழ்க்கையில்
தோற்றுபோகும்போதோ
சோர்வடையும்போதோ
கஷ்டப்படும்போதோ
கண்ணீர் சிந்தும்போதோ

என் கனவிலோ அல்லது நினைவிலோ வந்து ஆறுதல்
சொன்னால் கூட போதும்.....

❖

மண்ணுடனும்
வானுடனும் காதல் கொள்ளாமல் தன்னந்தனியாக நின்று கொண்டிருக்கிறது மேம்பாலம் .....

❖

நான் நானாக இருப்பதை காட்டிலும் அவளின் நானாக இருப்பதுதான் அவளுக்கு பிடித்தமாய் இருக்கிறது....

❖

புணரும் வேலையில் கைப்பேசியின் அழைப்பு ஒலி....
சாவுச்செய்தி....

❖

தினமும் குட் மார்னிங் குறுஞ்செய்தி அனுப்பி
என் இருப்பை மட்டும் தெரிந்து கொண்டு பிளாக் செய்து
விடுகிறாள் முன்னாள் காதலி ஒருத்தி....

❖

ஒரு காதலின் முடிவு என்பது காதலிப்பவர்கள் பிரியும்
வரை...
அதாவது காதலை இரண்டு பேரும் ஏற்று யாரோ ஒருவர்
பிரியும் வரை....
பிரிவின் முடிவென்பது எதுவரை ????

❖

நன்றாக பேசி
கொஞ்சி
விளையாடி
ஒன்றாக திரிந்து
அவளிடம்
காதலை சொல்ல நினைக்கும்போது,
தன் நண்பனை காதலிப்பதாக சொல்லும் தோழிகள் .....
ரைட்டில் இண்டிகேட்டர் போட்டு , லெப்டில் திரும்பும்
வாகன ஓட்டிக்கு சமமானவர்கள்....

❖

வேண்டுமென்றே கோபித்துக் கொண்டு சண்டை போடும்
திறமையை மட்டும் பெண்களுக்கென தனி பேனாவில்
எழுதி கோடிட்டு இருப்பான் போல பிரம்மன்....

❖

காலியாக செல்லும் அமரர் ஊர்தியை கண்டால்
பதற்றமாய் இருக்கிறது.....
அடுத்து யாரென்று....

❖

கட்டப்பட்டு பாதியில் கைவிடப்பட்ட மெட்ரோ ரயில்
தூண்கள், தினமும் அலங்கரிக்கப்படுகின்றன
போஸ்டர்களால்....

❖

முன்னால் காதலியின் கணவன் இறக்கும்போது
ஏதோ மனதில் சிறு மகிழ்ச்சி இருக்கத்தான் செய்கிறது *60*
வயது ஆன போதிலும்.....

❖

குளியலறையில் அம்மணமாக குளிக்க
வெட்கமாயிருக்கிறது
பலிகளின் இருப்புகளால்....

❖

என்னிடம் நீ என்ன கேட்டு விடப் போகிறாய்?
கேட்டு கொடுக்க என்ன இருக்கிறது?
கேட்டும் கொடுக்க எதுவும் இல்லாத போதும்கூட
கேட்காமலே கொடுத்த காதலை மட்டும் விட்டு போக
எப்படி முடிகிறது உன்னால்?
கொடுக்காத காதலை விட்டு போக முடியாதபோது...

❖

சூரியனின் கோவத்தினால்
சூடுற்று இருந்த
பூமி
அவளது
ஒரு துளி
கண்ணீரால்
குளிர்ச்சியுற்றது....
நிலவின்
உதவியில்லாமலேயே
முதன்முதலாக....

❖

தனக்கென ஒருத்தி
கண்டிப்பாக
நிச்சயமாக
ஆணித்தரமாக
வாழ்க்கை முழுவதும்
இருப்பாள் எனில்
அவள் தாய் மட்டுமே....
தட்சணை வாங்காத ஒரே கடவுள் தாய்....

❖

ஒரு தோட்டத்தில் பூத்த அனைத்து பூக்களும்
பறிக்கப்பட்டு விட்டன ஒரு பூவைத்தவிர....

இன்று பூத்த பூவாயிருந்தும் அந்த பூவின் முகம் வாடிப்
போயிருந்தது....

அந்த ஒற்றை பூவை பறிக்காமல் விட்டதற்காகவா?

தோட்டத்தில் தனிமையாய் இருப்பதற்காகவா எனத்தான்
தெரியவில்லை கடைசிவரை....

❖

பஞ்சடைந்த தலை
பாழடைந்த கண்கள்
வரிவரியாய் நெற்றி
எலும்பு தெரிய மார்பு
ஒட்டிய வயிறு
வெள்ளை கோவணம்
செருப்பில்லா கால்கள்

இருந்தும் அந்த விவசாயியின் முகம் பிரகாசமாகவே
இருந்தது
வரப்போகும் மழையை பார்த்து....

❖

மழையில் நனைந்த உன் அந்தரங்க உறுப்புகளை
புகைப்படம் எடுத்துக் கொள்கிறது மின்னல்....

❖

விடியும் காலையை அவ்வளவு நேரம் பார்த்துக்
கொண்டே இருக்கிறேன்.....
உன் நினைவும் கூடவே ஒட்டிக்கொண்டவுடன் விடியல்
இன்னும் இருளாக மாறுகிறது....
கடைசிவரை சேவலும் கூவவில்லை...
பொழுதும் விடியவில்லை.....

❖

உன்னிடம் தர என்ன இருக்கிறது என்று கேட்கிறாய்....
அன்பு தான் என கவிதை பேச மாட்டேன்....
உனக்கு தர நிறைய இருந்தபோதும்
நான் தராமல் இருந்து விட்டதாக கருதுவது என் நீர்த்துப் போன அன்பு மட்டுமே....

❖

ஒரு இருட்டு,
காற்றில் மோதி ஏற்பட்ட சப்தத்தால் வெளிச்சத்தின்
ஒளியானது இரண்டாக பிளந்து மண்ணில் விழுந்து மக்கிப்
போனது அவளின் கண்ணீரின் அடத்தியால்....

❖

ஓடாத கடிகாரத்தின்
சிறிய முள் இறந்து இரண்டு நாட்கள் ஆனது.
பெரிய முள் நேற்று இறந்தது....
அந்த நொடி முள் மட்டும் துடித்துக் கொண்டே
மற்ற இரண்டு முள்ளுக்கும் உயிர் கொடுக்கப்
போராடுகிறது....

❖

உன்னைப் பற்றி சொல் என்கிறார்கள்
என்னைப்பற்றி சொல்ல என்ன இருக்கிறது
என யோசித்தால் ஏதுமில்லை என சொல்ல முடியாதவாறு
இருக்கிறது ஏதோ ஒன்று
என் பெயரை தவிர...
அவ்வளவு அந்நியமானவன் நான்....

❖

நெஞ்சோடு கிளத்தல்

என் அலுவலக பணிச்சுமை
வீட்டு கணக்கு வழக்குகள்
நண்பர்களுடனான முரண்பாடு
போக்குவரத்து நெரிசல்
என் மூன்று வேலை உணவு
இவையனைத்தையும்
நான் ஒரே ஆளாக கவனித்துக் கொள்வேன்....

எனக்கு மாத்திரை விழுங்கும் முன்னரும் பின்னரும்
இரண்டு டீஸ்பூன் சர்க்கரை கொடுக்க மட்டும் ஒரு
உதவியாளரை நியமித்தால் போதும்....

❖

உன் உண்மையான அன்பின் ஒரு துளி என் மீது விழுந்து
இருந்தாலும் அதை வாழ்நாள் முழுதும் தேக்கி வைத்து
பருகி இருப்பேன்...
ஆனால் ஏனோ நீ கொடுத்த அன்பெல்லாம்
பொய்யானதால் கடலில் பெய்த மழைபோல் வீணாகித்
தான் போனது....

❖

உன்னால் எத்தனை முறை என்னை வெறுக்க முடியும்...
வெறுக்கும் ஒவ்வொரு முறையும் ஏதோ ஒரு தடயத்தை
விட்டு செல்கிறாய்....
தடயத்தின் பிரதியாய்
வலி வந்து என்னை சேர்கிறது....

அப்போதெல்லாம் ஒரு குடையின் நிழலில் என்னை
ஒளித்து கொள்ள முயன்று கொண்டிருக்கிறேன்....

❖

என் வீட்டு சாளரத்தின் சிறிய ஓட்டையில் பார்த்தாலும் சரி
கதவை உடைத்துக் கொண்டு வந்து பார்த்தாலும் சரி
அங்கேயே அதே மூலையில் தான் படுத்து கொண்டு
இருப்பேன்....
உங்களால் தான் நான் வாழ்ந்து கொண்டிருக்கிறேன்...
நான் இல்லாமல் போனலும் அப்படி பார்ப்பதை
தவறாதீர்கள்....
செத்தபிறகும் நான் உயிர் வாழ ஆசைப்படுகிறேன்...

❖

அலாரம் அடிக்காமலே திடுக்கென எழுந்தவள், கடிகாரம் பார்த்தாள் மணி அதிகாலை 5.

நெஞ்சோடு கிளத்தல்

படுக்கையறை விட்டு எழுந்தவள் அரை நிர்வாணமாய் இருப்பதையுணர்ந்து மூலையில் சிதறிக் கிடந்த ஆடையணிந்து மின்னல் வேகத்தில் அடுப்பறை சென்றவள், பாத்திரம் கழுவி பால் ஊற்றி அடுப்பிற்கு உயிர் கொடுத்தாள்..
எழுவதற்கு முன்:
மணி 11.30
பாலருந்தியவன் வாரியணைத்து முத்தம் பதித்தான் அவள் கண்ணத்தில்....
எச்சில் குழைத்து
நாவின் மூலம் பரிமாறி
அழுத்த முத்தம் பதித்து
ஆடை களைந்து
மார்பகம் பூன்று
கட்டியணைத்து கலவரம் நடத்தினான் படுக்கறையில் கணவன்.
காம மழை பொழிந்தபின்
கண்களால் காதல் கொஞ்சி
கண் சிமிட்டலால்
காம போதை ஏற்றினாள்.
போதுமென கணவன் கண்ணயர , தூவானமாய் படுத்து கிடந்தாள் போதாதவளாய்....
கணவன் முதுகைப் பற்றியவள் காலுக்குள் கால் நுழைத்து நித்திரை அமர்ந்தாள்.....
எழுந்த பின்:
ஜன்னலை பார்த்து கணவன் இரவு பொங்கியதை நினைத்து கொண்டிருந்தவள் பால் பொங்கியதை மறந்து விட்டாள்....
பால் கொண்டு படுக்கறை சென்றவளை கதவின் பின் ஒளிந்திருந்து பின் புறமாய் கட்டியணைத்தான்.

சில பல டர்ட்டி முத்தங்களை கொடுத்தவன் அவளை தூக்கிச் சென்று அமர வைத்து அவளுக்கே திருப்பி பால் கொடுத்தான்.....